ആദ്യാനുഭവങ്ങൾ : ആദ്യത്തെ ഡേറ്റിങ് അനുഭവങ്ങളുടെ വെളിപ്പെടുത്തലുകൾ

ആര്യ ഗോപിനാഥ്

പ്രണയിച്ചിട്ടുള്ളവർക്കും പ്രണയം നഷ്ടപ്പെട്ട്
വേദനിക്കുന്നവർക്കും പ്രണയത്തിനുമപ്പുറം
ലൈംഗികതയുടെ ലോകം കെട്ടിപ്പടുത്തവർക്കും ഈ
പുസ്തകം സമർപ്പിക്കുന്നു.

ആമുഖം

ഓരോരുത്തരുടെ ജീവിതത്തിലും ഉണ്ടാകും വെളിപ്പെടുത്താത്ത ഒരുപക്ഷെ വെളിപ്പെടുത്താൻ ആഗ്രഹിക്കുന്ന ഒരു അനുഭവം, ആദ്യാനുഭവം. ആദ്യമായി കണ്ടത്, തൊട്ടത്, വാരിപ്പുണർന്നത്, ചുംബിച്ചത്, ബന്ധപ്പെട്ടത് അങ്ങനെ ഒന്നുമൊന്നും ആരും മറക്കില്ല, ഒരിക്കലും. ചില തുറന്നു പറച്ചിലുകൾ ചിലർക്ക് ഒരാശ്വാസമാണ്. ഈ പുസ്തകത്തിലൂടെ ചിലരുടെ അത്തരത്തിലുള്ള ചില ആദ്യാനുഭവങ്ങൾ ആണ് പങ്കുവയ്ക്കുന്നത്.

1

എനിക്ക് 22 വയസ്സുള്ളപ്പോൾ, എന്നെക്കാൾ 40 വയസ്സ് സീനിയറായ ഒരു പ്രൊഫസറുമായി ഞാൻ ബന്ധത്തിലേർപ്പെട്ടു. ഒരു സാമ്പ്രദായിക അളവുകോലിലും അദ്ദേഹം സുന്ദരനായിരുന്നില്ല. എന്നാൽ അദ്ദേഹം ആകർഷകനും ധനികനും കല, പത്രപ്രവർത്തനം, അക്കാദമിക് വൃത്തങ്ങൾ എന്നിവയിൽ അറിയപ്പെടുന്നവനുമായിരുന്നു. കൂടാതെ നഗരത്തിലെ മാർക്സിസ്റ്റ് സാഹിത്യത്തിന്റെ ഏറ്റവും വലിയ സ്വകാര്യ ലൈബ്രറിയുണ്ടായിരുന്നു. ഊഷ്മളമായ സായാഹ്നങ്ങളിൽ, ഞാനും എന്റെ സഹപാഠികളും ഞങ്ങളിൽ ആരെയാണ് അവൻ ഭാവനയിൽ കണ്ടത് എന്നതിനെക്കുറിച്ച് അലംഭാവം പറഞ്ഞു.

എന്റെ 20-കളുടെ തുടക്കത്തിലെ അരക്ഷിതാവസ്ഥയിൽ, അവർ എന്നെ ആദ്യം ആഗ്രഹിച്ചപ്പോൾ ഞാൻ പലപ്പോഴും അവരെ അഭിലഷണീയമായി കണ്ടെത്തി. അതിനാൽ ഞാൻ ആദ്യം താൽക്കാലികമായും വിനയത്തോടെയും പിന്നീട് ആവേശത്തോടെയും പ്രതികരിച്ചു. കോഴ്സ് ഔപചാരികമായി അവസാനിച്ചതിന് തൊട്ടുപിന്നാലെ ഞങ്ങൾ രണ്ട് ഡിന്നർ ഡേറ്റുകൾ ചെയ്തു. അയാൾ എന്നെ അവന്റെ വീട്ടിലേക്ക് വിളിച്ചു. ഞാൻ ആദ്യമായി പോയപ്പോൾ,

ഉയരമുള്ള പുസ്തകക്കൂമ്പാരങ്ങൾക്കിടയിൽ ഞങ്ങൾ പരസ്പരം കിടന്നു, ചുംബിച്ചു. അവൻ എന്റെ ചെറിയ മാറിടത്തെ മനോഹരം എന്ന് വിളിക്കുകയും അവ കുടിക്കുകയും ചെയ്തു. എനിക്ക് വിചിത്രവും എന്നാൽ ആനന്ദദായകവുമായ ഒരു അനുഭവം ആയിരുന്നു അത്. കാരണം നീലച്ചിത്രത്തിൽ ഒരു വൃദ്ധനെ മുലയൂട്ടുന്ന വളരെ ഇറുകിയ വസ്ത്രം ധരിച്ച ഒരു ചൂടുള്ള കുട്ടിയാണെന്ന് എനിക്ക് തോന്നി. ജെ എം കോട്സിയുടെ 'അപമാനം' വായിച്ചു തീർന്ന ഞാൻ നോവലിലെ കേന്ദ്രകഥാപാത്രങ്ങളും നമ്മളും തമ്മിലുള്ള സമാന്തരത്തെക്കുറിച്ച് ഒരു മൂടൽമഞ്ഞിൽ പ്രൊഫസറോട് സംസാരിച്ചു.

ആദ്യം ഞങ്ങൾ ലൈംഗിക ബന്ധത്തിൽ ഏർപ്പെട്ടില്ല. പിന്നീട് വിളിച്ചപ്പോൾ അദ്ദേഹത്തിന്റെ പക്കൽ കോണ്ടം ഉണ്ടോ എന്ന് ഞാൻ ചോദിച്ചു. താൻ ഗർഭനിരോധന ഉറകൾ ഉപയോഗിച്ചിട്ടില്ലെന്നും തന്റെ പങ്കാളികളിൽ ഒരാളെ പോലും താൻ ഇതുവരെ ഗർഭിണിയാക്കിയിട്ടില്ലെന്നും അദ്ദേഹം പറഞ്ഞു. എസ്ടിഐകളെക്കുറിച്ച് എനിക്ക് ആശങ്കയുണ്ടെന്ന് ഞാൻ പറഞ്ഞു. അയാൾക്ക് ഒന്നുമില്ലെന്ന് പറഞ്ഞു. എനിക്ക് അവനെ വിശ്വാസമില്ലേ? എല്ലാത്തിനുമുപരി, അവനും എനിക്ക് ഒരു എസ്ടിഐ ഉണ്ടെന്ന് സംശയിച്ചേക്കാം. പക്ഷെ അന്ന് ഞാൻ കന്യകയായിരുന്നു. ജന്മനാ ഉണ്ടായതല്ലാതെ എനിക്ക് ഒരു എസ്ടിഐ ഉണ്ടാകുമായിരുന്നില്ല എന്ന് ഞാൻ അവനെ ഓർമ്മിപ്പിച്ചു. അങ്ങനെയെങ്കിൽ എനിക്ക് 22 വയസ്സ് തികയുന്നതിന് വർഷങ്ങൾക്ക് മുമ്പ് എനിക്ക് രോഗലക്ഷണങ്ങൾ ഉണ്ടാകുമായിരുന്നു.

ഒരു പ്രാദേശിക കോസ്മെറ്റിക്സ് സ്റ്റോറിന്റെ വെളിച്ചത്തിൽ

ഡ്യൂറെക്സ് കോണ്ടം വാങ്ങി ഞാൻ അവന്റെ വീട്ടിലേക്ക് പോയി. പക്ഷേ അദ്ദേഹം അത് ഉപയോഗിച്ചില്ല.

"ഇത് ലൈംഗികതയെക്കുറിച്ച് എന്നെ പഠിപ്പിച്ചിട്ടുള്ള എല്ലാത്തിനും എതിരാണ്" എന്ന് പറഞ്ഞത് ഞാൻ ഓർക്കുന്നു.

എന്നാൽ ഞങ്ങൾ വസ്ത്രം അഴിച്ച് ലൈംഗിക ബന്ധത്തിൽ ഏർപ്പെട്ടു. ഞാൻ വേദന പ്രതീക്ഷിച്ചിരുന്നതിനാൽ എനിക്ക് അസ്വസ്ഥത അനുഭവപ്പെട്ടു. അദ്ദേഹം എന്നെ വിശ്രമിക്കാൻ ഉപദേശിച്ചു. വിരലുകളും നാവും പിന്നെ അവന്റെ ലിംഗവും കൊണ്ട് എന്നെ തുളച്ചു. ഞങ്ങൾ ചുംബിച്ചപ്പോൾ, ഞാൻ എന്റെ സ്വന്തം രക്തം രുചിച്ചു. അത് വരുന്നതിനു മുൻപേ അദ്ദേഹം പിൻവാങ്ങി.

എന്റെ ഏറ്റവും ആവേശകരമായ ഇന്ദ്രിയാനുഭവം ആയിരുന്നില്ലെങ്കിലും ലൈംഗികബന്ധത്തിൽ ഏർപ്പെടുന്നത് മോചനം നൽകുന്നതായി തോന്നി. 17-ഓ 20-ഓ 26-ഓ വയസ്സിൽ കന്യകാത്വം നഷ്ടപ്പെട്ടപ്പോൾ അവർക്കും സമാനമായ ഒരു ഉയർന്ന അനുഭവം അനുഭവപ്പെട്ടതായി എന്റെ സ്ത്രീ സുഹൃത്തുക്കളുമായുള്ള സംഭാഷണങ്ങളിൽ നിന്ന് എനിക്കറിയാം. അന്ന് രാത്രിയിൽ എന്റെ പാന്റീസിലെ രക്തം ആസ്വദിച്ചത് ഞാൻ ഓർക്കുന്നു. ഒരു രഹസ്യത്തിന്റെ ശക്തി അനുഭവപ്പെട്ടതായി ഞാൻ ഓർക്കുന്നു.

എന്നാൽ പിന്നീടുള്ള വർഷങ്ങളിൽ, സംരക്ഷണ രഹിത ലൈംഗിക ബന്ധത്തിന് ഞാൻ സമ്മതിച്ചപ്പോൾ ആ കീഴടങ്ങലിന്റെ നിമിഷത്തെക്കുറിച്ച് എനിക്ക് ആഴത്തിലുള്ള ഖേദമുണ്ട്. പല അവസരങ്ങളിലും പ്രൊഫസറും ഞാനും സുരക്ഷിതമല്ലാത്ത ലൈംഗിക ബന്ധത്തിൽ ഏർപ്പെട്ടു. എസ്ടിഐകൾക്കായി ഞാൻ പലപ്പോഴും നെഗറ്റീവായിട്ടുണ്ട്

എന്നത് മറ്റൊരു കാര്യമാണ്. വിദ്യാസമ്പന്നയായ ഒരു ഓർവെല്ലിയൻ വാചകം കടമെടുത്താൽ എന്നെപ്പോലെ താഴ്ന്ന ഉന്നത മധ്യവർഗ സ്ത്രീക്ക് അവളുടെ വിദ്യാഭ്യാസത്തിന്റെ ഏറ്റവും അടിസ്ഥാനപരമായ വശങ്ങൾ അവഗണിക്കാം എന്ന ചിന്ത എന്റെ മനസ്സിൽ കടന്നുവരുന്നു. കാരണം അത് ഒരു 'ബൂർഷ്വാ' കാര്യമായിരുന്നു. മറ്റ് സ്ത്രീകളും എത്ര തവണ സ്വയം അനാവശ്യമായ അപകടസാധ്യതയിൽ ഏർപ്പെടുന്നു?

പ്രൊഫസറുമായുള്ള എന്റെ ബന്ധത്തെ പൊതുവെ സമവായം എന്ന് വിളിക്കാം. എന്നാൽ മൊത്തത്തിലുള്ള ശക്തി അസമത്വത്തിന്റെ സാഹചര്യങ്ങളിൽ സമ്മതം എന്താണ് അർത്ഥമാക്കുന്നത്? അധികാരം, എല്ലാവർക്കും അറിയാവുന്നതുപോലെ, ജാതി, വർഗം, ലിംഗഭേദം, സാമൂഹികവും പണ്ഡിതോചിതവുമായ മൂലധനം, പ്രായം, സീനിയോറിറ്റി എന്നിവയിലെ വ്യത്യാസങ്ങൾക്കനുസരിച്ച് ഒരേ സമയം നിരവധി അക്ഷങ്ങളിൽ വികസിക്കുന്നു.

ഒരു പങ്കാളി മറ്റേയാളേക്കാൾ കൂടുതൽ ദുർബലനായിരിക്കുമ്പോൾ സ്നേഹത്തിനും ബഹുമാനത്തിനും ഇടമുണ്ടോ? എന്തായാലും അപകടസാധ്യത ഞങ്ങൾ എങ്ങനെ വിലയിരുത്തും അല്ലെങ്കിൽ കണക്കാക്കും? മറ്റൊരു വിധത്തിൽ പറഞ്ഞാൽ, ഈ സംഭാഷണം കൂടുതൽ സൂക്ഷ്മതയിലേക്ക് തുറക്കുന്നത് യഥാർത്ഥത്തിൽ അതിന്റെ രാഷ്ട്രീയത്തിൽ വിട്ടുവീഴ്ച ചെയ്യുമോ?

2

22 വയസ്സായപ്പോൾ, ലൈംഗികതയുമായി ബന്ധപ്പെട്ട് എനിക്ക് കുറച്ച് അനുഭവങ്ങൾ ഉണ്ടായിട്ടുണ്ട്, ആദ്യമായി പുരുഷന്മാരുമായി അത് പരീക്ഷിച്ചു. ചിലപ്പോൾ അത് ഗംഭീരമായിരുന്നു, ചിലപ്പോൾ അൽപ്പം മന്ദബുദ്ധിത്തരമായിരുന്നു. അസഹനീയമായ ഒന്നുമില്ല, പക്ഷേ പലപ്പോഴും ഒരുതരം വിഡ്ഢിത്തം പോലെയായിരുന്നു. എന്നാൽ കൂടുതലും ആത്മാർത്ഥവും മധുരവുമാണ്.

അങ്ങനെ ഞാൻ ലൈംഗികബന്ധത്തിൽ ഏർപ്പെടാൻ തീരുമാനിച്ചപ്പോൾ, അത് ഞാൻ വളരെ ആത്മാർത്ഥമായി സ്നേഹിച്ച ഒരു കൗമാരക്കാരനായ കാമുകനോടൊപ്പമായിരുന്നു. ആ ബന്ധത്തിലേക്ക് നല്ല ഒരു സമയത്തിനായി ഞങ്ങൾ കാത്തിരുന്നു, അതിന് മുമ്പും ശേഷവും ഞങ്ങളുടെ വികാരങ്ങളെക്കുറിച്ച് വിപുലമായി സംസാരിച്ചു. കൂടാതെ വെബ് ബ്രൗസറുകൾ വഴി ഗർഭനിരോധനത്തെക്കുറിച്ച് കണ്ടെത്താനാകുന്ന എല്ലാ ലേഖനങ്ങളും വായിച്ചു. തടസ്സമില്ലാത്ത വൈദഗ്ധ്യം ഉപയോഗിച്ച് ഞങ്ങൾ ആദ്യമായി വേദന ഒഴിവാക്കിയത് എങ്ങനെയെന്ന് ഇപ്പോഴും ലൈംഗിക ബന്ധത്തിൽ ഏർപ്പെടാത്ത എന്റെ പെൺകുട്ടികളോട് ഞാൻ വിശദീകരിക്കാറുണ്ട്. സന്തോഷകരവും സംതൃപ്തവും

സെക്സ് പോസിറ്റീവും ഫെമിനിസ്റ്റും ആയ ഒരു ജീവിത ശൈലിയിലേക്കുള്ള എന്റെ വഴിയിൽ ഞാൻ നന്നായി പോയി.

കുറച്ച് വർഷങ്ങൾക്ക് ശേഷം ഞാൻ ഹരിയെ കണ്ടുമുട്ടി. ഹരി എന്റെ എഞ്ചിനീയർ സുഹൃത്തായിരുന്നു. എന്റെ മഹത്തായ കൗമാരപ്രണയത്തിന്റെ നഷ്ടത്തിൽ മാസങ്ങളോളം ഞാൻ കരഞ്ഞപ്പോൾ ഹരി അത് ശ്രദ്ധിച്ചു. സെക്സുമായി ബന്ധപ്പെട്ട എന്റെ ആവേശകരമായ അനുഭവങ്ങളെക്കുറിച്ച് കേൾക്കാൻ ഹരിക്ക് പ്രത്യേക താൽപ്പര്യമുണ്ടായിരുന്നു. ഞങ്ങൾ കണ്ടുമുട്ടിയപ്പോൾ, ഹരി ഇടയ്ക്കിടെ എന്റെ നെഞ്ചിലേക്ക് തുറിച്ചുനോക്കി, പക്ഷേ ഞാൻ ശ്രദ്ധിച്ചുവെന്ന് പറഞ്ഞപ്പോൾ അമ്പരന്നുപോയി. ഞാൻ അവനെ അങ്ങനെ കണ്ടില്ല എന്ന് പറഞ്ഞു. ഞാൻ മറ്റൊരാളെ ചുംബിച്ചപ്പോൾ ഹരി ദേഷ്യപ്പെട്ടു. ഇയാളുടെ കൂടെയാണ് ഞാൻ കിടന്നത് എന്ന് പറഞ്ഞപ്പോൾ ഹരി എന്നെ തെണ്ടി എന്ന് വിളിച്ച് എന്നോട് സംസാരിക്കുന്നത് നിർത്തി.

പക്ഷേ ഞാനും ഹരിയും ഒടുവിൽ വീണ്ടും സുഹൃത്തുക്കളായി. ഞങ്ങൾ മറ്റ് ആളുകളുമായി ഡേറ്റ് ചെയ്തു. കുറച്ച് വർഷങ്ങൾ കടന്നുപോയി. ഒരു ദിവസം ഞാനും ഹരിയും ഒരുമിച്ച് ഒരു പാർട്ടിക്ക് പോയി. "എന്നെ തല്ലരുത്, ശരി, ഇവിടെ ധാരാളം അവിവാഹിതരായ സ്ത്രീകൾ ഉണ്ട്," ഞാൻ അവനോട് പറഞ്ഞു. പക്ഷെ ഞാനും ഹരിയും നന്നായി മദ്യപിച്ചു. അന്ന് രാത്രി അവൻ എന്നെ വീട്ടിലേക്ക് കൊണ്ടുപോയി. അവിടേക്കുള്ള യാത്രയിൽ ഞാൻ സൗമ്യമായി പറഞ്ഞു, "ഓ, അപ്പോൾ നമ്മൾ സെക്സിൽ ഏർപ്പെടാൻ പോവുകയാണോ?" ഹരി പറഞ്ഞു "അതെ". വർഷങ്ങളോളം അത് ഒഴിവാക്കിയ ശേഷം, ഹരിയുമായുള്ള ബന്ധം ഞാൻ വിചാരിച്ചത്ര ഭയാനകമല്ലെന്ന് മനസ്സിലായി.

എനിക്ക് ആശ്ചര്യവും ആശ്വാസവും തോന്നി.

ഞങ്ങൾ ലൈംഗിക ബന്ധത്തിലേർപ്പെടുന്ന ആദ്യ കുറച്ച് സമയങ്ങളിൽ ഒന്ന്, ഹരി കിടക്കയിൽ കിടന്ന് പുഞ്ചിരിയോടെ പറഞ്ഞു, "ഇപ്പോൾ എനിക്ക് വിളമ്പുക." ഞാൻ ഒന്ന് നിർത്തി നോക്കി, അവൻ തമാശ പറയുകയാണെന്ന് ഉറപ്പായി.

"ഇനി അത് പറയൂ, ഇനിയൊരിക്കലും എന്നെ നഗ്നനായി കാണില്ല," ഞാൻ പറഞ്ഞു.

"കിടപ്പറയിലേക്ക് ഫെമിനിസം കൊണ്ടുവരരുത്, നിങ്ങൾ ലൈംഗികതയെ നശിപ്പിക്കും," അദ്ദേഹം മറുപടി നൽകി.

ഞാൻ കണ്ണുരുട്ടി ചിന്തിച്ചു, "ആർക്കുവേണ്ടി സെക്സ് നശിപ്പിക്കണം, ഞാൻ അത്ഭുതപ്പെടുന്നു?" പക്ഷേ, ഹരി ഒരു മോശക്കാരനായിരുന്നില്ല. ഫ്രണ്ട്സോൺ ന്യായമാണോ അല്ലയോ എന്ന കാര്യത്തിൽ ഞങ്ങൾ ചിലപ്പോൾ വിയോജിച്ചിരുന്നു, പക്ഷേ വർഷങ്ങളായി അദ്ദേഹം ഒരുപാട് മുന്നോട്ട് പോയി.

"ഇത് ബലാത്സംഗമല്ല, ലൈംഗികതയെ അത്ഭുതപ്പെടുത്തുക, " എന്ന് അദ്ദേഹം പറഞ്ഞു നിർത്തി .

ഈ ബന്ധത്തിന്റെ ശക്തി എവിടെയാണെന്ന് എനിക്ക് ഉറപ്പായിരുന്നു. ഞാൻ ചെറുപ്പവും മെലിഞ്ഞതും പരമ്പരാഗതമായി ആകർഷകവുമായിരുന്നു. ചിലപ്പോഴൊക്കെ ഞാൻ കളിയാക്കിയും ക്രൂരമായി പറയുമായിരുന്നു, അവനെപ്പോലൊരു അബദ്ധക്കാരനായ എഞ്ചിനീയർക്കൊപ്പം കിടന്നു കൊണ്ടാണ് ഈ മാസത്തെ സാമൂഹ്യ സേവനം ഞാൻ ചെയ്യുന്നത്. ഒടുവിൽ ഞങ്ങൾ

പ്രണയത്തിലായി. ആ പരിഹാസത്തിനും അവനോട് നേരത്തെ ഡേറ്റിംഗിന് വരാത്തതിനും ഞാൻ അവനോട് വളരെയധികം ക്ഷമ ചോദിച്ചു.

അടുത്ത വർഷം, ഹരിയും ഞാനും രാഷ്ട്രീയത്തെക്കുറിച്ചും ലൈംഗികതയെക്കുറിച്ചും ധാരാളം തർക്കങ്ങൾ നടത്തി. ഹരിക്ക് കോണ്ടം തീരെ ഇഷ്ടമായിരുന്നില്ല, അതുകൊണ്ട് തന്നെ ഗൈനക്കോളജിസ്റ്റിന്റെ അടുത്ത് സൗജന്യമായി ലഭിക്കുന്ന പ്രഭാഷണത്തിനും ഞാൻ പോയി. ഹരിയുമായുള്ള ലൈംഗികതയെക്കുറിച്ച് പ്രത്യേകിച്ച് ആർദ്രതയോ ചിന്താഗതിയോ ഒന്നും ഉണ്ടായിരുന്നില്ല, പക്ഷേ അത് ശരിയാണ്. അവൻ എന്നോട് ഇഷ്ടപ്പെട്ട കാര്യങ്ങൾ ഞാൻ ഓർത്തു, അവൻ തന്റെ ഏറ്റവും പുതിയ നീക്കങ്ങൾ പരീക്ഷിച്ചപ്പോൾ എന്നേക്കാൾ അല്പ്പം കൂടുതൽ ആവേശഭരിതനായി നടിച്ചു. അദ്ദേഹത്തിന്റെ ഏറ്റവും പുതിയ നീക്കങ്ങളിലൊന്നും ക്ലിറ്റോറിസിൽ വൈദശ്യം നേടുന്നത് ഉൾപ്പെട്ടിരുന്നില്ല.

"നിങ്ങൾ ഇത് സ്വയം ചെയ്യണമെന്ന് ഞാൻ കരുതുന്നു," കുറച്ച് മിനിറ്റ് ആലോചനയ്ക്ക് ശേഷം അദ്ദേഹം പറയും.

"അതിനെക്കുറിച്ച് വിഷമിക്കേണ്ട," ഞാൻ പുഞ്ചിരിയോടെ പറയും. തളരാതെ, പ്രധാന പരിപാടിയിലേക്ക് വീരോചിതമായി ഹരി തുടരും.

അയാൾക്ക് രതിമൂർച്ഛ ലഭിച്ചതിന് ശേഷം, ശ്വാസമടക്കിപ്പിടിച്ച് അവൻ എന്നോട് ചോദിക്കും, "നിങ്ങൾ ചെയ്തോ?"

ചിലപ്പോൾ ഞാൻ അതെ എന്നും ചിലപ്പോൾ ഇല്ല എന്നും

പറയും. എന്തായാലും ഹരി എന്നെ ചുംബിക്കും, ലൈംഗികതയുടെ പോയിന്റ് എന്തായാലും രതിമൂർച്ഛയല്ല, ഞാൻ എന്നോട് തന്നെ പറയും, കുറച്ച് കഴിഞ്ഞ് ഉറങ്ങും. ഒടുവിൽ അവൻ ചോദിച്ചപ്പോൾ ഞാൻ അതെ എന്ന് പറയാൻ തുടങ്ങി. എങ്കിലും ഓരോ തവണയും അവൻ ചോദിച്ചു. അത് ചിന്തനീയമായിരുന്നു.

വർഷങ്ങൾ കടന്നുപോയി, ഞങ്ങൾ ഒരുമിച്ച് താമസം തുടങ്ങി, ഹരിക്ക് സെക്സിൽ താൽപ്പര്യം കുറയാൻ തുടങ്ങി. ഒരു ബന്ധം തുടരുമ്പോൾ അത് സാധാരണമാണ്, ഞാൻ കരുതി. ഒരു പക്ഷെ ഹരിക്ക് എന്നോടൊത്തു നിൽക്കാൻ കഴിയുന്നില്ലായിരിക്കാം, എനിക്ക് അയഥാർത്ഥമായ പ്രതീക്ഷകൾ ഉണ്ടായിരിക്കാം, ഞാൻ വിചാരിച്ചു. ഞാൻ അത് ഉയർത്തിക്കാട്ടാൻ ശ്രമിച്ചപ്പോൾ, ഇതിനെക്കുറിച്ച് സംസാരിക്കുന്നത് തനിക്ക് അസ്വസ്ഥതയുണ്ടാക്കി, എന്നെ ഒരിക്കലും സന്തോഷിപ്പിക്കാൻ കഴിയില്ലെന്ന് അദ്ദേഹം പറഞ്ഞു.

ഹരി തീരുമാനിച്ചപ്പോൾ മാത്രമേ ഞങ്ങൾ ലൈംഗിക ബന്ധത്തിൽ ഏർപ്പെട്ടിരുന്നുള്ളൂ. ദേഷ്യത്തിന്റെ നിമിഷങ്ങളിൽ, എനിക്ക് ലൈംഗിക ഏജൻസിയോ ശരീരത്തിന്മേൽ നിയന്ത്രണമോ ഇല്ലെന്ന് എനിക്ക് തോന്നിയതെങ്ങനെയെന്ന് ഞാൻ അവനോട് പറയാൻ ശ്രമിക്കും, പക്ഷേ ഫെമിനിസ്റ്റ് പദപ്രയോഗങ്ങൾ ഒരിക്കലും ഹരിയുടെ ഹൃദയത്തിലേക്കുള്ള വഴിയായിരുന്നില്ല.

ഒരു ദിവസം, ഈ പുരുഷത്വത്തിന്റെ പ്രകടനങ്ങളിലൊന്നിൽ, ഹരി എന്നെ ഒരു വേശ്യയെന്ന് വിളിച്ചു. ഞാൻ ഒരു നിമിഷം നിശ്ചലയായി, പക്ഷേ മാനസികാവസ്ഥ നശിപ്പിക്കാൻ ഞാൻ ആഗ്രഹിച്ചില്ല. ഒടുവിൽ, ഞാൻ ഉറങ്ങുമ്പോൾ തന്നെ

സെക്സിൽ ഏർപ്പെടാൻ ഹരി തീരുമാനിച്ചു. ആദ്യത്തെ കുറച്ച് തവണ, ഇത് ഒരുതരം സെക്സിയാണെന്ന് ഞാൻ കരുതി. അടുത്ത കുറച്ച് തവണ, ഞാൻ ശരിക്കും ഉറങ്ങാൻ ആഗ്രഹിക്കുന്നുവെന്ന് സ്വയം മനസ്സിലാക്കി.

ഒരു രാത്രി, ഞാൻ ഉറങ്ങുകയാണെന്ന് തോന്നിയാൽ, അയാൾക്ക് സൂചന ലഭിക്കുമെന്ന് ഞാൻ കരുതി. അവന്റെ വികാരങ്ങൾ ഒഴിവാക്കാനായി ഞാൻ അവനെ അവന്റെ ബിസിനസ്സ് ചെയ്യാൻ അനുവദിച്ചു. രാവിലെ, ഉള്ളിൽ ഒരുതരം അസുഖം തോന്നിയത് എന്തുകൊണ്ടാണെന്ന് ഞാൻ ചിന്തിച്ചു.

"ഇന്നലെ രാത്രി എന്റെ ബോയ്ഫ്രണ്ട് എന്നെ ബലാത്സംഗം ചെയ്തോ?" എപ്പോളത്തെയും പോലെ ഞാൻ ചോദിച്ചു.

മറുപടി ഉണ്ടായിരുന്നില്ല. അന്ന് വൈകുന്നേരം, ഞങ്ങൾ രണ്ടുപേരും ജോലി കഴിഞ്ഞ് വീട്ടിലെത്തിയപ്പോൾ ഞാൻ പ്രത്യേകിച്ച് നിശബ്ദയായിരുന്നു, എന്തോ കുഴപ്പമുണ്ടെന്ന് ഹരി ശ്രദ്ധിച്ചു.

"നിങ്ങൾ   വീണ്ടും   സങ്കടപ്പെട്ടോ?   ഇത് ലൈംഗികതയെക്കുറിച്ചാണോ?"

"ഉം. ശരി, ദേഷ്യപ്പെടരുത്, ഞാൻ കർക്കശമായി ഒന്നും പറയുന്നില്ല, പക്ഷേ നിങ്ങൾ അങ്ങനെ ചെയ്തിട്ടില്ലെന്ന് എനിക്ക് തോന്നുന്നു. ഞാൻ ഊഹിക്കുന്നത്, ഇന്നലെ രാത്രി നിങ്ങൾക്ക് എന്റെ സമ്മതം കൃത്യമായി ലഭിച്ചില്ലായിരിക്കാം എന്നാണ് ഞാൻ കരുതുന്നത്."

"ഓ."

"നോക്കൂ, നിങ്ങൾ ശരിക്കും ഉറങ്ങുകയായിരുന്നുവെന്ന്

എനിക്കറിയാം, ഞങ്ങൾ രണ്ടുപേരും അങ്ങനെയായിരുന്നു, പക്ഷേ ഞാൻ ഉണർന്നപ്പോൾ എനിക്ക് അതിനെക്കുറിച്ച് അത്ര സുഖം തോന്നിയില്ല."

"അയ്യോ, ഞാൻ നിങ്ങളെ അങ്ങനെ തോന്നിപ്പിച്ചതിൽ ഖേദിക്കുന്നു. നമ്മൾ അത്താഴത്തിന് എന്താണ് കഴിക്കുന്നത്?"

"ഹും, ഇതിനെക്കുറിച്ച് കുറച്ചുകൂടി സംസാരിക്കാൻ നിങ്ങൾ ആഗ്രഹിക്കുന്നുണ്ടോ?"

"എന്നാൽ എന്നോട് ക്ഷമിക്കൂ, ഞാൻ ഇത് വീണ്ടും ചെയ്യില്ല."

"അതെ, ക്ഷമിക്കണം, പക്ഷേ സംഭവിച്ചതിൽ എനിക്ക് ശരിക്കും അസ്വസ്ഥതയും ആശയക്കുഴപ്പവും തോന്നുന്നു."

"ദൈവമേ, എന്നെ ഒരു ബലാത്സംഗിയായി തോന്നുന്നത് നിർത്തൂ." ഹരി അഭ്യർത്ഥിച്ചു.

"ശരി ശരി, നിങ്ങൾ പറഞ്ഞത് ശരിയാണ്, സാരമില്ല. നമുക്ക് നല്ല എന്തെങ്കിലും ഓർഡർ ചെയ്യാം?"

അതിനു ശേഷം കുറച്ചു മാസങ്ങൾ കൂടി ഞാനും ഹരിയും ഡേറ്റിംഗ് നടത്തി. ആ സമയത്ത്, ഞാൻ ഉറങ്ങുമ്പോൾ ഞങ്ങൾ ലൈംഗിക ബന്ധത്തിൽ ഏർപ്പെട്ടു. ചിലപ്പോൾ ഞാൻ "നിർത്തൂ" എന്ന് പറയും. ചിലപ്പോൾ ഞാൻ എഴുന്നേറ്റു മൂത്രമൊഴിക്കാൻ പോകും, ഞാൻ വീണ്ടും കിടക്കുന്നതിന് മുമ്പ് അവൻ വീണ്ടും ഉറങ്ങുന്നത് വരെ കാത്തിരിക്കും. ചിലപ്പോൾ ഞാൻ ഒന്നും പറയില്ല.

ഹരി എന്നോട് പിരിഞ്ഞതിന്റെ തലേദിവസം രാത്രി,

ലൈംഗികതയ്ക്കായി ഞാൻ ഉണർന്നു, അവസാനമായി അവൻ എന്നെ സ്ലട്ട് എന്ന് മൃദുവായി വിളിച്ചു. ഞാൻ അതിനെതിരെ പോരാടിയില്ല, കൂടാതെ, ഞങ്ങൾ കൂടുതൽ ലൈംഗിക ബന്ധത്തിൽ ഏർപ്പെടണമെന്ന് ആഗ്രഹിച്ച ആളാണ് ഞാൻ. എല്ലാത്തിനുമുപരി, പരസ്പരം സ്നേഹിക്കുമ്പോൾ രണ്ടുപേർ ചെയ്യുന്ന നല്ല കാര്യമാണ് ലൈംഗികത.

3

ഞാൻ ഒരു ഡേറ്റിംഗ് സൈറ്റിൽ കണ്ടുമുട്ടിയ ഒരാൾ, കുറച്ച് ആഴ്ചകൾ തിരക്കിട്ട് എന്നെ പിന്തുടർന്നു. അയാൾക്ക് എന്നെക്കാൾ അഞ്ചോ ആറോ വയസ്സ് കൂടുതലുണ്ടായിരുന്നു. ഉത്തരവാദിത്തമുള്ള ജോലിയും. പക്ഷേ ഇമെയിലിലും എസ്എംഎസിലും സൈറ്റിന്റെ ചാറ്റ് കാര്യങ്ങളിലും എന്നെ പിന്തുടരാൻ അയാൾക്ക് ഒരുപാട് സമയമുണ്ണന്ന് തോന്നി. വൃത്തികെട്ട സംസാരത്തിന്റെ ഏറ്റവും മോശമായ ഒരു ശൈലി അദ്ദേഹത്തിന് ഉണ്ടായിരുന്നു. പലപ്പോഴും അത് എന്നെ വളരെയധികം ദേഷ്യപ്പെടുത്തിയിരുന്നു, അസ്വസ്ഥയാക്കിയിരുന്നു. അതു കൊണ്ടാണ് ഞാൻ അദ്ദേഹത്തെ കാണാൻ തീരുമാനിച്ചത്. ഒരു വ്യക്തിയെന്ന നിലയിൽ, അവൻ വളരെ ആകർഷണമുള്ള ആളായി തോന്നിയില്ല.

ഞാൻ അവനെ ശരിക്കും ലൈംഗികതയ്ക്കായിട്ട് മാത്രം കണ്ടുമുട്ടി. അവൻ എന്നെ അവന്റെ വീട്ടിലേക്ക് കൊണ്ടുപോയി. അദ്ദേഹത്തിന്റെ സ്വീകരണമുറിയിൽ എനിക്ക് താൽപ്പര്യമുള്ള കാര്യങ്ങളുമായി ഒരു പരിധിവരെ പൊരുത്തപ്പെടുന്ന ധാരാളം പുസ്തകങ്ങൾ ഉണ്ടായിരുന്നു. ഞാൻ നോക്കാനായി അവൻ ഒരു ഷെൽഫിൽ നിന്ന് ഒരു പുസ്തകം എടുത്തു. പുസ്തകത്തിന് ചുറ്റും, പുസ്തകത്തിന്

മുകളിലൂടെ, പുസ്തകത്തിന് കീഴെ കൈവിരൽ ചലിപ്പിച്ച്
കൊണ്ട് അവൻ എന്നെ ഒരു തരത്തിൽ അനുഭവിക്കാൻ
തുടങ്ങി. പിന്നെ അഞ്ച് മിനിറ്റിനുള്ളിൽ അവൻ എന്നെ
അവന്റെ കിടക്കയിലേക്ക് കൊണ്ട് പോയി. അവൻ വളരെ
വേഗത്തിൽ എന്റെ വസ്ത്രങ്ങൾ അഴിച്ചു.

എനിക്ക് പ്രത്യേകിച്ച് ഒന്നും തോന്നിയില്ല, ദേഷ്യം പോലും
ഇല്ല. അവൻ കട്ടിലിനരികിൽ മുട്ടുകുത്തി തല കുനിച്ചിരുന്നു.
ഞാൻ സീലിംഗിലേക്ക് നോക്കിയിരുന്നു. അതിവേഗം ഒരു
നുഴഞ്ഞുകയറ്റത്തിന്റെ നിമിഷം വന്നു. അവന്റെ വൃത്തികെട്ട
സംസാരത്തിലും,   അവൻ   ഒരു   ഭയങ്കര   ലൈംഗിക
യന്ത്രമാണെന്ന   പ്രസ്താവനയിലും   അവന്റെ
ലിംഗവലുപ്പത്തെ കുറിച്ച് എനിക്ക് ധാരാളം സങ്കീർണ്ണമായ
സൂചനകൾ ഉണ്ടായിരുന്നു. അവൻ വേഗത്തിൽ തന്നെ
തുളച്ചുകയറുകയും   പിന്നീട്   വേഗത്തിൽ   പുറത്തു
കടക്കുകയും ചെയ്തു. അവൻ പറഞ്ഞു: "എന്റെ മുൻ
കാമുകിയുടെ ഓർമ്മ എന്നെ വേട്ടയാടുന്നതായി തോന്നുന്നു."
കൃത്യം ഒരു മിനിറ്റ് നേരത്തേക്ക് എനിക്ക് അവനോട് ദേഷ്യം
തോന്നി. കാരണം എനിക്ക് സഹതാപം പ്രകടിപ്പിക്കാൻ
പോലും കഴിയുന്നതിന് മുമ്പ് അവൻ വിപരീതമായി തിരക്ക്
കൂട്ടാൻ ആരംഭിച്ചു.

പത്തുമിനിറ്റിനുശേഷം ഞാൻ വസ്ത്രം ധരിച്ച് വീടിന്
പുറത്തേക്ക് ഇറങ്ങി. അവൻ എന്നെ എന്റെ സ്ഥലത്തേക്ക്
തിരികെ   കൊണ്ടു   പോയി.   ആഴ്ചകളോളം   എന്നെ
പിന്തുടർന്നതിന് ശേഷം അവനിൽ നിന്ന് ഇങ്ങനെയൊരു
പെരുമാറ്റം പ്രതീക്ഷിച്ചിരുന്നില്ല. രണ്ട് വർഷത്തിലൊരിക്കൽ
ഞാൻ അവനെ കാണാറുണ്ട്, ഞങ്ങൾക്കിടയിൽ ഇപ്പോൾ ഒരു
സൗഹൃദമുണ്ട്. അവൻ ഒരു സെക്സ് മെഷീൻ ആണെന്ന്

അവൻ കരുതുന്നു. സ്ത്രീകളോടോ പൊതുവെ മനുഷ്യരോടോ പോലും അവന്റെ പെരുമാറ്റം അത്ര നല്ലതല്ല. എന്റെ ആദ്യത്തെ ഡേറ്റിങ് അനുഭവം ഇതാണ്.

4

ജീവിതത്തിൽ ആദ്യമായി ഒരു പുരുഷനോട് ഞാൻ അതെ എന്ന് പറഞ്ഞതു പോലെ, ഇത് എന്റെ ആദ്യ ബന്ധമായിരുന്നു. രണ്ടാഴ്ചയ്ക്കുള്ളിൽ, അവൻ പൊസസസീവ് ആണെന്ന് എനിക്ക് മനസ്സിലായി, മാത്രമല്ല അവന്റെ മുൻകാലത്തെക്കുറിച്ച് സംസാരിച്ചു. ഇത് എന്നെ ആശയക്കുഴപ്പത്തിലാക്കി, ഈ ബന്ധത്തെക്കുറിച്ച് ഞാൻ ഇതുവരെ അത്ര തീവ്രമായിരുന്നില്ല. അതിനാൽ എനിക്ക് വളരെ വേഗത്തിൽ താൽപ്പര്യം നഷ്ടപ്പെട്ടു.

ഒരു സുഹൃത്തിന്റെ ജന്മദിന ദിവസം. ഞങ്ങൾ എല്ലാവരും ഒരു വലിയ സുഹൃദ് വലയത്തിൽ പെട്ടവരാണ്. അവൻ ഗ്രൂപ്പിലെ ആൺകുട്ടികളുമായി ബാല്യകാല സുഹൃത്തുക്കളായിരുന്നു. അതിനാൽ പാർട്ടിയിൽ വയ്ച്ച് ഞങ്ങൾ പിരിഞ്ഞുവെന്ന് എല്ലാവരോടും പറഞ്ഞു. അപ്പോഴേക്കും എല്ലാവരും ഓൾഡ് മങ്ക് റമ്മിന്റെ ലഹരിയിലായിരുന്നു, മേക്കപ്പ് ചെയ്തതിന് ആളുകൾ എന്നെയും അവനെയും അഭിനന്ദിച്ചു. അത് ഏറ്റവും വിചിത്രമായ കാര്യമായിരുന്നു.

പെട്ടെന്ന് അവർ ഞങ്ങളെ ഒരു മുറിയിൽ ഇരുത്തി സംസാരിക്കാൻ ഞങ്ങളോട് ആവശ്യപ്പെട്ടു. അപ്പോഴാണ് കുഴപ്പം തുടങ്ങിയത്. അവന്റെ പ്രണയം പറയുന്നതിനിടയിൽ

അവൻ എന്നെ ചുംബിക്കാനും തൊടാനും തുടങ്ങി. എനിക്ക് മണക്കാൻ കഴിയുന്നത് അവന്റെ റമ്മിൽ നനഞ്ഞ ശ്വാസം മാത്രമാണ്. മറ്റുള്ളവരാൽ അവനുമായി ഒത്തുപോകാൻ ഞാൻ നിർബന്ധിതയായയതിനാലും രണ്ടാമതായി, എന്റെ ആദ്യത്തെ ചുംബനം ഇങ്ങനെയായിരുന്നില്ല എന്നതിനാലും ഇത് അങ്ങേയറ്റം അസ്വാസ്ഥ്യ കരമായിരുന്നു. എനിക്ക് അത് നിർത്താൻ കഴിഞ്ഞില്ല. ഞാൻ പരുഷമായി പെരുമാറിയില്ല, എന്തുകൊണ്ടാണെന്ന് എനിക്കറിയില്ല. ഏറ്റവും മോശമായ കാര്യം ഞാൻ പിന്നീട് മനസ്സിലാക്കി. ഞങ്ങളുടെ സുഹൃത്തുക്കൾ, പ്രധാനമായും അവന്റെ സഹോദരങ്ങൾ എല്ലാവരും ജനാലയിൽ നിന്ന് വീക്ഷിക്കുകയും ഉച്ചത്തിൽ ആഹ്ലാദിക്കുകയും ചെയ്തു. അത് എക്കാലത്തെയും അപമാനമായി തോന്നി.

കോളേജിലെ അവസാന സെമസ്റ്റർ സമയത്ത് ഞാൻ ഈ വ്യക്തിയുമായി ഇടയ്ക്കിടെ ചുറ്റിക്കറങ്ങാറുണ്ടായിരുന്നു. എന്നാൽ സെക്സിന്റെ കാര്യത്തിൽ കാര്യങ്ങൾ മന്ദഗതിയിലാക്കാൻ ഞാൻ ആഗ്രഹിച്ചു. അതിനാൽ ഞാൻ മിക്കപ്പോഴും ഓറൽ സെക്സ് വരെയുള്ള എല്ലാ കാര്യങ്ങളിലും ഏർപ്പെട്ടിരുന്നു. ബിരുദ പഠനത്തിന് ശേഷം ഞങ്ങൾ അതേ നഗരത്തിലേക്ക് മാറുകയും ബന്ധത്തിലേർപ്പെടുകയും ചെയ്തു. ഒരിക്കൽ മാത്രമാണ് ഞങ്ങൾ തുളച്ചു കയറുന്ന ലൈംഗികതയ്ക്ക് ശ്രമിച്ചത്. എന്നാൽ ഞങ്ങൾ ലൈംഗിക ബന്ധത്തിൽ ഏർപ്പെടാൻ ശ്രമിച്ച നിമിഷം, അവന്റെ ഉദ്ധാരണം നഷ്ടപ്പെടും. അതിൽ ഞാൻ ഒട്ടും തളർന്നില്ല. ഞാൻ ഒരിക്കലും അവനെ ലജ്ജിപ്പിക്കുകയോ ലൈംഗിക ബന്ധത്തിൽ ഏർപ്പെടാൻ നിർബന്ധിക്കുകയോ ചെയ്തിട്ടില്ല.

"ഹേയ്, ഇത് പ്രവർത്തിക്കുന്നില്ലെങ്കിൽ, നമുക്ക്

മറ്റെന്തെങ്കിലും ശ്രമിക്കാം" എന്ന് ഞാൻ പറയും. ഞങ്ങൾ
കുട്ടികളെ ജനിപ്പിക്കാൻ ശ്രമിച്ചില്ല.

പക്ഷേ ഈ മനുഷ്യൻ അത് എന്റെ തെറ്റാണെന്ന് തോന്നിപ്പിച്ചു
കൊണ്ടിരുന്നു. ഞാൻ അവനെ വേണ്ടത്ര ഉത്തേജിപ്പിച്ചില്ല
എന്ന് പരാതി പറയും. അവന്റെ ഉദ്ധാരണം പിടിച്ചു
നിർത്താനുള്ള കഴിവില്ലായ്മയുടെ പേരിൽ അവൻ എന്നെ
കുറ്റപ്പെടുത്തിയത് ശരിയല്ല. അത് എന്റെ കുറ്റമല്ലെന്ന്
എനിക്കറിയാമായിരുന്നു. പക്ഷേ വ്യക്തമായി അയാൾക്ക്
അതിനെക്കുറിച്ച് അരക്ഷിതാവസ്ഥ ഉണ്ടായിരുന്നതിനാൽ
ഞാൻ അത് ഉപേക്ഷിച്ചു. എനിക്ക് ആത്മാഭിമാനം
കുറവായിരുന്നുവെങ്കിൽ, അത് എന്റെ തെറ്റാണെന്ന്
തോന്നുമ്പോൾ ഞാൻ അവനെ വിശ്വസിക്കുമായിരുന്നു.

ഒടുവിൽ, കുറച്ച് മാസങ്ങൾക്ക് ശേഷം, തന്റെ പ്രകടന
ഉത്കണ്ഠയാണ് അതിന് കാരണമായതെന്ന് അദ്ദേഹം
അംഗീകരിച്ചു. അത് എന്റെ തെറ്റാണെന്ന് എനിക്ക്
തോന്നുന്നത് എങ്ങനെ മോശമാണെന്ന് ഞാൻ അവനോട്
പറഞ്ഞപ്പോൾ, അയാൾക്ക് പശ്ചാത്താപം തോന്നിയില്ല.
എന്നാൽ പുരുഷത്വം എത്ര വിഷലിപ്തമാണെന്ന് ഞാൻ
മനസ്സിലാക്കി. എന്റെ ആത്മവിശ്വാസം നഷ്ടപ്പെടാൻ വേണ്ടി
മാത്രമാണ് അവൻ അത് എന്നിൽ വയ്ക്കാൻ
ശ്രമിക്കുന്നതെന്നും അതിന്റെ ഫലമായി അവനോടൊപ്പം
നിൽക്കണമെന്നും മറ്റെവിടെയും ലൈംഗികത
അന്വേഷിക്കരുതെന്നും ഞാൻ മനസ്സിലാക്കി. പുരുഷൻമാർ
അവരുടെ വൈകാരിക ഭാരം സ്ത്രീകളിൽ ചെലുത്തുന്നത്
എങ്ങനെയെന്നും അത് സ്ത്രീകൾക്ക് എത്രമാത്രം
നിരാശാജനകമാണെന്നും ഞാൻ മനസ്സിലാക്കി.
ഇത്തരത്തിലുള്ള കൃത്രിമത്വവും വൈകാരിക അധ്വാനത്തിൽ

നിന്ന് ഒഴിഞ്ഞുമാറലും വരുമ്പോൾ എനിക്കായി എവിടെയാണ് വര വരയ്ക്കേണ്ടതെന്ന് ഞാൻ പഠിച്ചു.

5

സെക്സ് ഒരുപാട് കാര്യങ്ങൾ ആകാം. അത് നല്ലതും, മഹത്തരവും, ഭയങ്കരവും, വേദകരവും, ചൂടുള്ളതും, ഭാരമേറിയതും, വൃത്തികെട്ടതും, അർത്ഥവത്തായതും, ആശയക്കുഴപ്പം ഉണ്ടാക്കുന്നതുമായിരിക്കാം. എന്നാൽ ഈ കണ്ടുമുട്ടൽ അങ്ങനെ ഒന്നുമല്ല. ഇത് വളരെ സാധാരണമായിരുന്നു. അത് മനസ്സിലാക്കാൻ കുറച്ച് സമയമെടുത്തു.

ഞാൻ എപ്പോഴും ഈ അനുഭവം പങ്കിടാൻ ആഗ്രഹിക്കാറുണ്ട്. കാരണം ഇത് അത്രമാത്രം അസാധാരണമായിരുന്നു. നല്ല രീതിയിൽ. എനിക്ക് ഏകദേശം 16 വയസ്സുള്ളപ്പോൾ ഞാൻ എന്റെ ആദ്യത്തെ കാമുകനുമായി ലൈംഗിക ബന്ധത്തിൽ ഏർപ്പെടാൻ തുടങ്ങി. അവൻ ഒരു നല്ല ആളായിരുന്നു. ഞങ്ങൾ 4 വർഷം ഡേറ്റിംഗ് നടത്തി. കാലക്രമേണ, കാര്യങ്ങൾ വഷളായി, ഞങ്ങളുടെ വഴികൾ മാറി. എല്ലാവർക്കും എല്ലാവരേയും അറിയാവുന്ന കൽക്കട്ടയിൽ നിന്ന് ഞാൻ മാറി. ഒരു ബ്രേക്കപ്പിന് ശേഷം ഒരു പ്രതികാരത്തോടെ ഞാൻ ലൈംഗിക ബന്ധത്തിൽ ഏർപ്പെട്ടു. മനസ്സിലെ ഭാരം കുറഞ്ഞു.

ഞാൻ ഒരുപാട് നല്ല ആളുകളെ കണ്ടുമുട്ടി. രസകരവും,

അതിമോഹവും, സർഗ്ഗാത്മകവും മറ്റും. ലൈംഗികത എപ്പോഴും വളരെ ലോഡാണ്. ഇത് വളരെയധികം കാര്യങ്ങൾ അർത്ഥമാക്കുന്നു, പ്രതികരണങ്ങളും നിരീക്ഷണങ്ങളും അല്ലെങ്കിൽ മറ്റെന്തെങ്കിലുമോ അടിസ്ഥാനമാക്കി അതിവേഗം മാറിക്കൊണ്ടിരിക്കുന്ന ഈ കോഡുകളും മാനദണ്ഡങ്ങളും ഇത് എങ്ങനെയെങ്കിലും വരുന്നു. ഹെറ്ററോനോർമേറ്റീവ് സെക്സ്, അതാണ് ഏറ്റവും വിചിത്രമായത്, കഴിഞ്ഞ ദശകത്തിൽ ഞാൻ മനസ്സിലാക്കി, ഒന്നും പവിത്രമല്ലെന്നും എന്റെ മനസ്സിലുണ്ടായിരുന്ന മണ്ടത്തരങ്ങൾ ഒന്നുമല്ലെന്നും അവ ഓരോ ദിവസവും മാറിക്കൊണ്ടിരിക്കുന്നു. സൂക്ഷ്മതകൾ തകർക്കുകയും കെട്ടിപ്പടുക്കുകയും ചെയ്യുന്നു. ഒരു പ്രക്രിയയുടെ മനോഹരവും ആവേശകരവുമായ ഈ തുടക്കം ഒരുപക്ഷേ ചില ചെറിയ അസൗകര്യങ്ങൾ സൃഷ്ടിച്ചിരിക്കാം.

ഓരോ സമയത്തും ലൈംഗിക ബന്ധത്തിൽ ഏർപ്പെടാൻ ഞാൻ ഭാഗ്യവതിയിരുന്നു. എനിക്ക് എപ്പോഴെങ്കിലും അങ്ങനെ തോന്നിയില്ലെങ്കിൽ, ഞാൻ അത് ചെയ്യില്ല. എനിക്ക് കാര്യങ്ങൾ അങ്ങനെയാണ്. എന്നാൽ ഒരു രാത്രിയിലെ ഒരു നല്ല നിലപാട് എന്നെ ആശയക്കുഴപ്പത്തിലോ വേദനയിലോ ആക്കുകയോ സ്വയം വെറുപ്പിന്റെയും ആത്മ പരിശോധനയുടെയും ഒരു വിചിത്രമായ മാനസികാവസ്ഥയിലാക്കുകയോ ചെയ്തു. വളരെ കുറച്ച് തവണ.

ഞാൻ എന്റെ കുറച്ച് സുഹൃത്തുക്കളോടൊപ്പം ഒരു ദിവസം ഒരു ബാറിൽ പോയി. അവിടെ ഞങ്ങൾ കോളേജിൽ നിന്നുള്ള ചില സുഹൃത്തുക്കളെയും മറ്റ് ചില ആൺകുട്ടികളെയും കണ്ടുമുട്ടി. ഞങ്ങൾ സംഗീതത്തെക്കുറിച്ചല്ല സംസാരിച്ചത്, നമുക്ക് ഒരു കോണിൽ പോയി മറ്റേയാൾക്ക്

താൽപ്പര്യമുണ്ടെന്ന് കരുതുന്നതെന്തും സംസാരിക്കാം. പക്ഷേ നല്ല സംഭാഷണം മാത്രം. അങ്ങനെ ഞങ്ങൾ എല്ലാവരും ചുറ്റിക്കറങ്ങി, ആരോ ഞങ്ങളെ അവരുടെ വീട്ടിലേക്ക് വിളിച്ച് കൊണ്ട് പോവുകയും ചെയ്തു.

ഒരു സുഹൃത്ത് 3 മണിക്ക് ടിൻഡർ ഡേറ്റിന് പോയി. എനിക്ക് അവന്റെ സ്ഥലത്തേക്ക് മടങ്ങാൻ ആഗ്രഹമുണ്ടോ എന്ന് മറ്റൊരു വ്യക്തി ചോദിച്ചു. കാമ്പസിന് അടുത്താണ് താമസം എന്നതിനാലും ഒരു സ്പെയർ മെത്തയുണ്ടായിരുന്നതിനാലും ഞാൻ സൗകര്യത്തെ കുറ്റപ്പെടുത്തി. രാത്രി ഡൽഹിയിൽ ഒറ്റയ്ക്ക് എവിടെയും പോകേണ്ടി വരില്ല എന്ന പ്രതീക്ഷ എന്നെ നന്ദിയോടെ കീഴടക്കി, ഞാൻ സമ്മതിച്ചു.

അവൻ തന്റെ കാർ പുറത്തെടുക്കുകയായിരുന്നു. ഒരു ഊബർ എടുക്കാൻ ഞാൻ വിനയപൂർവ്വം അഭ്യർത്ഥിച്ചു, ഞങ്ങളുടെ പ്രിയപ്പെട്ട ബ്രാൻഡുകളുടെ സിഗരറ്റിനെക്കുറിച്ച് ചർച്ച ചെയ്തുകൊണ്ട് ഞങ്ങൾ ക്യാബ് വരുന്നതു വരെ കാത്തിരിക്കുകയായിരുന്നു. കഴിഞ്ഞ ലൈംഗിക ഇണകളുടെ എല്ലാ പ്രേതങ്ങളും സന്ദർശിക്കുന്ന അമിതമായ നിശബ്ദ ഊബർ സവാരിക്ക് ശേഷം ഞാൻ അവന്റെ അപ്പാർട്ട്മെന്റിൽ എത്തിയിരിക്കുന്നു.

ഞാൻ ഭ്രാന്തമായി ചെയ്യാൻ അവൻ ആഗ്രഹിച്ചാലോ, അയാളുടെ പക്കൽ സംരക്ഷണം ഇല്ലെങ്കിലോ, ഞാൻ ഉടനെ പോകണോ പ്രഭാതഭക്ഷണത്തിന് അവിടെ നിൽക്കണോ? ഞാൻ കയ്യിൽ ഒരു സർപ്രൈസ് ബിയറുമായി ഫിലിം പോസ്റ്ററുകൾ നോക്കുകയായിരുന്നു.

അയാൾ മുറിയിൽ നിന്ന് വരുമ്പോൾ മറ്റൊരു വ്യക്തി എന്നോട്

കാത്തിരിക്കാൻ ആവശ്യപ്പെട്ടു. ഞാൻ ആധുനിക കാലത്തെ കാഷ്വൽ സെക്സിന്റെ ഭാരം കൂടിയതായി ധ്യാനിച്ച് ഇരിക്കുന്നു. നാളെ ഞാൻ അവനുമായി പ്രണയത്തിലായാലോ. അവൻ ചെയ്താലോ. സോക്സ് മാത്രം ധരിച്ച ഒരു നഗ്നനായ ഒരാൾ എന്റെ മുന്നിൽ അരയിൽ കൈവെച്ച് നിൽക്കുന്നത് കാണാൻ പോകുമെന്ന് എനിക്ക് ഉറപ്പായിരുന്നു. ആളുകൾ ഇത് ചെയ്യാറുണ്ട്.

അദ്ദേഹം എനിക്ക് കാപ്പി ഉണ്ടാക്കി തതന്നു. ഞാൻ മദ്യപിക്കുന്നത് കുറവായിരുന്നു. എനിക്ക് ആശ്വാസം ലഭിച്ചില്ല. എനിക്ക് അത് ചെയ്യാൻ ആഗ്രഹമുണ്ടായിരുന്നു. ആ അവസ്ഥയിൽ എനിക്ക് ശരിക്കും തണുപ്പ് തോന്നി. ഞങ്ങൾ മനോഹരമായ ഒരു ജോയിന്റ് പുകച്ച് സൂര്യോദയത്തിനായി ടെറസിലേക്ക് പോയി. അയാൾക്ക് എന്നെ ചുംബിക്കാൻ കഴിയുമോ എന്ന് അദ്ദേഹം ചോദിച്ചു.

ഞാൻ ആദ്യം അവനെ ചുംബിക്കാൻ തുടങ്ങി. വളരെ നല്ല ചുംബനമായിരുന്നു. എനിക്ക് അത് മുന്നോട്ട് കൊണ്ടു പോകാൻ താൽപ്പര്യമുണ്ടോ എന്ന് അദ്ദേഹം എന്നോട് ചോദിച്ചു. ഞങ്ങൾ ആശയക്കുഴപ്പത്തിലായി.
എന്നിട്ട് അവൻ ഒരു നല്ല കാര്യം പറഞ്ഞു, ഞങ്ങൾ നാടകീയമായി സിഗരറ്റ് വലിക്കുമ്പോൾ, മറ്റൊരു വ്യക്തിക്കും എന്നെപ്പോലെ സമ്മർദ്ദം അനുഭവപ്പെടുന്നു, അത് എങ്ങനെ ചെയ്യണമെന്ന് അവനറിയില്ല. ഞങ്ങൾ ഇതുമായി എവിടെയും പോകുന്നില്ല, എല്ലാം ഇപ്പോൾ സംഭവിക്കും, ഞങ്ങൾ ഞങ്ങളുടെ വ്യത്യസ്ത വഴികളിൽ പോകും, എന്നാൽ ഭാരമോ വേദനയോ സങ്കടമോ അധികമോ തോന്നാതെ.

ഞങ്ങൾക്ക് പൊതുവായുള്ള ഒരേയൊരു കാര്യം ഹാംഗ് ഓവറാണ്. ഞാൻ കുളിമുറിയിൽ പോയി, എന്റെ പ്രതിബിംബം

കണ്ടു, ഒന്നും തോന്നിയില്ല. ഒരു ചിന്ത പോലുമില്ല. വിചിത്രമായ ചില ശബ്ദങ്ങൾ കേട്ടാണ് ഉണർന്നത്. അവൻ അവന്റെ അടുക്കളയിലായിരുന്നു.

"എന്റെ കാപ്പി തരൂ, പെണ്ണേ," ഞാൻ പറഞ്ഞു. ലിംഗപരമായ സ്റ്റീരിയോടൈപ്പുകളുടെ ഹാസ്യപരമായ റോളിൽ നിന്ന് ചിരിയോടെ.

" ഉച്ചഭക്ഷണത്തിന് നിങ്ങൾക്ക് എന്താണ് വേണ്ടത്?" അവൻ ചോദിച്ചു.

ഞാൻ പോകണം എന്ന് പറഞ്ഞു അവൻ സമ്മതിച്ചു. ഞങ്ങൾ പരസ്പരം കെട്ടിപ്പിടിച്ചു.

ഇപ്പോൾ, കുറച്ച് വർഷങ്ങൾക്ക് ശേഷം, ഞങ്ങൾ ഇപ്പോഴും പാട്ടുകൾ പങ്കിടുന്നുണ്ട്. ഞങ്ങളുടെ ജന്മദിനങ്ങളിൽ പരസ്പരം ആശംസിക്കാറുണ്ട്.

ഞാൻ ലൈംഗികബന്ധത്തിലേർപ്പെട്ടു. ഇത് വളരെ നല്ലതായി തോന്നി. ഈ സെക്സ് അർത്ഥമാക്കുന്നത് ഒന്നുമല്ല, അത്ര മോശമായ ഒന്നല്ല എന്നാൽ ഒന്നുമില്ല- അതാണ് ഏറ്റവും നല്ല ഭാഗം.

ലൈംഗികത, അടുപ്പം, പ്രതികാരം, സന്താനോൽപ്പാദനം, കോപം, പരുഷത, അക്രമം, സ്നേഹം, സൗഹൃദം, ഒന്നിനും വേണ്ടിയല്ല. സമ്മതമുള്ള, ബോധമുള്ള, നന്നായി പൊരുത്തപ്പെടുന്ന മുതിർന്നവരായിരുന്നു അത്. അതാണ് എന്റെ സെക്സ് സ്റ്റോറി. വിരസമായ ലൈംഗിക ശിലകൾ.

6

സഹവിദ്യാർഥിയോടൊപ്പം

എനിക്ക് 21 വയസ്സുള്ളപ്പോൾ, 3 മാസമായി എന്നെ ഏറെക്കുറെ അവഗണിച്ച ഒരു സഹ വിദ്യാർത്ഥി പെട്ടെന്ന് എന്നിൽ താൽപ്പര്യം വളർത്തി. ഞങ്ങൾക്ക് ഞങ്ങളുടെ ഹോസ്റ്റൽ മുറികളിൽ വേശ്യാവൃത്തി നടത്താം. അവന്റെ ഒരു നോട്ടം എന്നെ ജ്വലിപ്പിക്കും.

ഞാൻ ഒന്നിലധികം രതിമൂർച്ഛ അനുഭവിച്ച ആദ്യ വ്യക്തി അദ്ദേഹമായിരുന്നു. ഞാൻ ആദ്യമായി കണ്ടുമുട്ടിയ, സ്ത്രീകളോട് മോശമായി പെരുമാറുന്നത് ആസ്വദിച്ച വ്യക്തിയായിരുന്നു അദ്ദേഹം. എന്റെ സ്വന്തം ശരീരത്തെക്കുറിച്ച് എന്നെ പഠിപ്പിച്ചു കൊണ്ട് എന്റെ സ്വന്തം ലൈംഗികത കണ്ടെത്താൻ അദ്ദേഹം എന്നെ സഹായിച്ചു.

അവനുമായുള്ള എല്ലാ സെക്സും ഗംഭീരമായിരിക്കെ, ശ്രദ്ധേയമായ ഒരു സംഭവം ഉണ്ടായി. ഒരു വൈകുന്നേരം, അത്താഴ സമയമായിരുന്നു. ഭൂരിഭാഗം ആളുകളും ഭക്ഷണം കഴിച്ച് കുഴപ്പത്തിലായിരുന്നു. ഒരു മുന്നറിയിപ്പുമില്ലാതെ അവൻ എന്റെ മുറിയിലേക്ക് വന്നു. വാതിൽ പൂട്ടി. എന്നോട് പാന്റ് അഴിക്കാൻ പറഞ്ഞു. ഞാൻ അവന്റെ ഏക പോഷണ സ്രോതസ്സ് എന്ന പോലെ അവൻ എന്റെ മേൽ വീണു.

ഞങ്ങളുടെ ഹോസ്റ്റൽ ചുവരുകൾ ചെറുതായതിനാൽ ഞാൻ തലയിണയിൽ ഞരങ്ങുകയായിരുന്നു. അന്നാണ് ആദ്യമായി എനിക്ക് ഒന്നിലധികം രതിമൂർച്ഛ ലഭിക്കുന്നത്. ഏകദേശം 4. വട്ടം. അവൻ എഴുന്നേറ്റു. എന്നെ നോക്കി. പുഞ്ചിരിച്ചു.

"അത്താഴത്തിന് നന്ദി" എന്ന് പറഞ്ഞു കൊണ്ട് എന്റെ മുറിയിൽ നിന്നും പുറത്തേക്ക് നടന്നു. ഞങ്ങൾ ആദ്യമായി ലൈംഗിക ബന്ധത്തിൽ ഏർപ്പെട്ടിട്ട് 6 വർഷങ്ങൾ കഴിഞ്ഞു. അവൻ അടുത്തിരിക്കുമ്പോൾ എന്റെ അരക്കെട്ടിൽ അനുഭവപ്പെടുന്ന തീ ഇപ്പോഴും അങ്ങനെ തന്നെ. ഞങ്ങൾ മറ്റ് നിരവധി ആളുകളുമായി പ്രണയത്തിലായി, പക്ഷേ ഞങ്ങളുടെ ലൈംഗിക രസതന്ത്രം ശക്തമായി തുടരുന്നു. ലോകത്തിലെ ഏറ്റവും അത്ഭുതകരമായ വ്യക്തിയുമായി എനിക്ക് പ്രണയത്തിലാകാം. പക്ഷേ എന്റെ ശരീരം എപ്പോഴും അവനെ കൊതിക്കും.

7

കൗമാരപ്രായത്തിൽ എനിക്ക് രണ്ട് ഡേറ്റിംഗ് അനുഭവങ്ങൾ മാത്രമേ ഉണ്ടായിരുന്നുള്ളൂ. എന്നാൽ പിന്നീട് എനിക്ക് 22-ാം വയസ്സിൽ അറേഞ്ച്ഡ് മാര്യേജ് ആയിരുന്നു. അതിനു മുമ്പ് ലൈംഗികാനുഭവങ്ങളൊന്നും ഉണ്ടായിരുന്നില്ല. എന്റെ മുൻ കാമുകനെ ചുംബിക്കുന്നത് ഞാൻ ഇഷ്ടപ്പെട്ടു എന്നല്ലാതെ എന്താണ് പ്രതീക്ഷിക്കേണ്ടതെന്ന് എനിക്കറിയില്ല. എന്റെ ഭർത്താവിന് ചുംബിക്കുന്നത് ഇഷ്ടമല്ലായിരുന്നു. എന്റെ ലൈംഗികശേഷി കുറവായതിനാൽ, 26-ആം വയസ്സിൽ അദ്ദേഹത്തിന് ഉദ്ധാരണക്കുറവ് ഉണ്ടെന്ന് ഞാൻ വർഷങ്ങളോളം തിരിച്ചറിഞ്ഞില്ല. ഞാൻ ഓറൽ സെക്സ് ചെയ്തു, അടുപ്പമില്ല, പക്ഷേ എനിക്ക് രണ്ട് കുട്ടികളുണ്ടായി. ചില അത്ഭുതങ്ങൾ. ലൈംഗികതയില്ലാത്തതും വിരസവുമായിരുന്നു കാര്യങ്ങൾ. ഒരു പരിഹാരം കണ്ടെത്താൻ അവൻ ആഗ്രഹിച്ചില്ല. അത് അവസാനിച്ചുവെന്ന് ഞാൻ മനസിലാക്കി.

ഞാൻ ഓൺലൈൻ ഡേറ്റിംഗിന്റെ ലോകത്തേക്ക് കടന്നു. ഒരാളെ കണ്ടെത്തി. അയാൾക്ക് 3 വയസ്സ് കുറവായിരുന്നു, വിവാഹമോചനം നേടി, കുട്ടികളില്ല. ഞാൻ അവനിലേക്ക് ആകർഷിക്കപ്പെട്ടു, പക്ഷേ നോട്ടം കൊണ്ടല്ല.

അവൻ അപരിചിതനായിരുന്നു, ഞങ്ങൾ വ്യാജ പേരുകൾ കൈമാറി. തുടർന്ന്, അവന്റെ സ്ഥലത്തേക്ക് പോയി. അത് ആദ്യ ഡേറ്റിൽ ഒരു ലൈംഗിക ഏറ്റുമുട്ടലായിരിക്കുമെന്ന് അറിയാതെ - ഞങ്ങൾ ഉപയോഗിച്ച വെബ്സൈറ്റ് പ്രധാനമായും ലൈംഗിക ഡേറ്റിംഗിനാണെന്ന് അറിയില്ലായിരുന്നു. ഞാൻ എതിർത്തു, പക്ഷേ ഓറൽ സെക്സും പിന്നെ യഥാർത്ഥ ലൈംഗികതയും ആസ്വദിക്കാൻ തുടങ്ങി. എനിക്ക് 36 വയസ്സായിരുന്നു. വിവാഹം കഴിഞ്ഞിട്ട് 14 വർഷമായി. എന്റെ ശരീരത്തിൽ എന്താണ് നഷ്ടപ്പെട്ടതെന്ന് ഞാൻ ആദ്യമായി മനസ്സിലാക്കി. അപരിചിതനായ ഒരാളുമായി പ്രണയത്തിലാകുന്നത് എളുപ്പമായിരുന്നു. അത് എന്റെ ഉള്ളിൽ കുതിച്ചുയരുന്ന ഹോർമോണുകൾ - അപകടകരമാണെങ്കിലും എന്റെ സുരക്ഷിത കാലഘട്ടത്തിലായിരുന്നു, അതിനാൽ ഇത് നഷ്ടപ്പെടുത്താൻ ഞാൻ ആഗ്രഹിച്ചില്ല. എനിക്ക് ഇത് വീണ്ടും അനുഭവപ്പെടുമോ ഇല്ലയോ എന്ന് ആർക്കറിയാം. ഞാൻ അനുഭവിച്ച ചൂട് മറ്റൊന്നായിരുന്നു. അപ്പോൾ ഹോർമോണുകൾ ശാന്തമായി, ഞങ്ങൾ തമ്മിൽ വളരെ സാമ്യമില്ലെന്ന് ഞാൻ മനസ്സിലാക്കി.

ഞാൻ അവനുമായി വീണ്ടും വീണ്ടും കണ്ടുമുട്ടി. അത് അനുഭവിച്ചത് വളരെ ഗംഭീരമായിരുന്നു. എനിക്ക് ലൈംഗികമായി ജീവനുള്ളതായി തോന്നി. എന്റെ ശരീരത്തിന്റെ ഓരോ ഭാഗവും സംതൃപ്തിയും സ്പർശനവും സംതൃപ്തിയും അനുഭവിക്കുന്നു. എനിക്ക് പശ്ചാത്താപമൊന്നും ഉണ്ടായിരുന്നില്ല. കാരണം എനിക്ക് അറിയാമായിരുന്നു.ഞാൻ മറ്റൊരു പങ്കാളിയെ കണ്ടെത്തിയോ ഇല്ലയോ, ആ നിമിഷം ഞാൻ ഒരു തീരുമാനത്തിലെത്തി, എന്റെ ലൈംഗികതയില്ലാത്ത വിവാഹത്തിൽ നിന്ന്

പുറത്തുകടക്കുക. അത് ശരിയായ തീരുമാനമായിരുന്നു.

• 29 •

ഈ അനുഭവങ്ങൾ ആരെയെങ്കിലും ഏതെങ്കിലും രീതിയിൽ സ്വാധീനിച്ചിട്ടുണ്ടെങ്കിൽ ഇതുപോലെ ഒരനുഭവം നിങ്ങൾക്കും ഉണ്ടായിട്ടുണ്ടാവണം. അനുഭവങ്ങൾ സമ്പത്താണ്. അതൊരിക്കലും ചോർന്ന് പോകില്ല. ഓർമ്മകളിൽ അത് സൂക്ഷിച്ചു വയ്ക്കാം. ഇടയ്ക്കൊക്കെ അയവിറക്കാം.

നന്ദിയോടെ,

ആര്യ ഗോപിനാഥ്